फुले फुलली

आणि इतर कथा

राजीव तांबे

हे पुस्तक **माझं** आहे.

मेहता पब्लिशिंग हाऊस

PHULE PHULALI ANI ITAR KATHA by RAJIV TAMBE

फुले फुलली आणि इतर कथा / बालसाहित्य

राजीव तांबे
E-mail : rajcopper@gmail.com

प्रकाशक : सुनील अनिल मेहता
मेहता पब्लिशिंग हाऊस,
१९४१, सदाशिव पेठ, माडीवाले कॉलनी, पुणे ३०.
☎ ०२०-२४४७६९२४
E-mail : production@mehtapublishinghouse.com
Website : www.mehtapublishing.com

प्रथमावृत्ती : नोव्हेंबर, २०२१

मुखपृष्ठ व आतील चित्रे
साहिल उपळेकर

P Book ISBN 9789391151942

फार फार वर्षांपूर्वीची
गोष्ट आहे ही.

फार फार वर्षांपूर्वी
फुलेच नव्हती.

कारण फुलांची अशी
फुलझाडेच नव्हती.
फार फार वर्षांपूर्वी होती
फक्त पानझाडं आणि फळझाडं.
प्रत्येक पान हेच फूल.

प्रत्येक पान सुवासिक.
प्रत्येक पान रंगीत.
पानांचे पण विविध आकार.
पानांचे पण अनेक प्रकार.

प्रत्येक पानाचा
रंगच वेगळा.
प्रत्येक पानाचा
वासच आगळावेगळा

त्यामुळे त्या काळी
सर्वजण
पूजा करण्यासाठी,
हार करण्यासाठी
पानं तोडू लागले.

गजरे
करण्यासाठी,
डोक्यात
माळण्यासाठी
पानं तोडू
लागले.

माळा करण्यासाठी,
तोरण करण्यासाठी
पानं तोडू लागले.

रंग करण्यासाठी,
सुवासिक रंगांनी घरं रंगविण्यासाठी
पानं तोडू लागले.
अत्तर करण्यासाठी, रांगोळीसाठी
पानं तोडू लागले.
गमतीसाठी आणि जमतीसाठीही
झाडावरची पानं तोडू लागले.

त्यामुळे..

कोवळी कोवळी
पानंच काही माणसं
तोडू लागली.
पानं फुलण्याआधीच
काही जणं पानं
ओरबाडू लागली.

झाडांवरची पानं
भराभर नाहीशी
होऊ लागली.

झाडं ओकीबोकी झाली.
झाडं म्हणजे लाकडाचे खांब झाली.

झाडांना कळेना..
ही पानतोड थांबणार कधी?
आणि.. ही पानतोड थांबवायची कशी?

आणि..
दुसऱ्या दिवसापासून..

काही पानांचा सुवास नाहीसा झाला.
काही पानांना फळांचा वास मिळाला.
काही पानांना विचित्र जंगली वास मिळाला.
काही पानांना विचित्र उग्र वास मिळाला.

काही पानांचे सुंदर रंग उडून गेले.
काही पानांचे रंग अधेमधे रेंगाळले.
काही पानांचे रंग फिके पडले.
काही पानांचे रंग गडद झाले.
सगळीकडे हाहाकार माजला.
कुणालाच काही कळेना.
हा काय प्रकार आहे ते काही समजेना.

जिकडे तिकडे हाच विषय.
जो तो ज्याला त्याला विचारू लागला.

सगळे जण दिवस-रात्र
हाच विचार करू लागले.
सगळे जण सगळीकडे वणवण
फिरून शोधू लागले.
हे असं का झालं असेल?
हे असं कसं झालं असेल?

आणि इतक्यात..
पानांतूनच फुलांचा जन्म झाला!
कोवळ्या मऊ मऊ लुसलुशीत
पानात लपेटलेली कळी,
हिरव्यागार पानांतून डोकावली.
एकेक पान सावकाश
अलगद उलगडत..
ती कळी हळुवारपणे फुलली.
कळीतून टपोरे रंगीत
सुवासिक फूल..
बहरून
बाहेर आले.

फूल लोकांना खुणावू लागले. वाऱ्यासंगे डोलू लागले.
ही रंगीत सुवासिक बातमी वाऱ्यासोबत पसरली.
माणसं आनंदानं मोहोरली!
आश्चर्यानं थक्क झाली.
तोंडात बोटं घालून विचार करू लागली.
काही माणसं म्हणाली, 'पानं फुलली.'
काही माणसं म्हणाली, 'कळी फुलली.'

पण नंतर सगळी जणं आनंदाने ओरडली,
‘वॉव! ही तर फुले फुलली!!’

रातराणी

फार फार वर्षांपूर्वीची गोष्ट आहे ही.
पहाट झाली. काळपट आकाश उजळू लागलं.
गार वारा भिरभिरू लागला..
पाखरांचा किलबिलाट सुरू झाला..

पानं सळसळली..
झाडांची झोप उडाली.
फुलं हळूहळू फुलू लागली..
वाऱ्यावर डोलू लागली.

फुलाफुलांवर रंग नाचू लागले
वाऱ्यावर सुगंध उधळू लागले.

फुलांभोवती..
मधमाश्या गुणगुणू लागल्या.
भुंगे भुणभुणू लागले.

आणि..
एका झाडाला वाटलं,
‘छे..छे! हे आता रोजचंच झालंय.

रोजरोज का
सकाळी फुलायचं
आणि वाऱ्यावर डोलायचं?
रोजरोज का ती
मधमाश्यांची गुणगुण आणि
भुंग्यांची भुणभुण
ऐकायची?

हे सारं बदललंच पाहिजे..

रोज पहाट आणि
रोज रोज किलबिलाट.

मग..
गुणगुण आणि भुणभुण.

नको हा सकाळचा गोंगाट.
सकाळपासून संध्याकाळपर्यंत
हा सूर्याचा रखरखाट.

ते गरमागरम वारे
आणि खरबरीत
धुळीचे फवारे.
दिवसभर या पक्ष्यांची किरकिर
माणसांची चिरचिर.

यापेक्षा..
सकाळी मस्त आराम करावा.

पानं मिटून फुलांनी शांत झोपावं..
कळीतल्या कळीत.

सूर्य मावळला की
आरामात उठावं.
अलगद सळसळावं.
संध्याकाळी गार वारे
सुरू झाले की..
फांद्या ताणून
आळस झटकावा.

मग..
एकेक पान
जागं व्हावं,
एकेक फूल
उमलत जावं,

प्रत्येक फुलातून
सुवासाचं
सुंदर कारंजं
उसळत यावं.

आणि..
रात्रीची वेळ असल्यानं..
फूलसुद्धा पांढरं असावं.
काळोखातसुद्धा..
इतरांच्या डोळ्यात भरावं.

घमघमीत वासानं
सगळ्यांना झपाटून टाकावं.
त्यांचा थकवा विसरून
त्यांना रोमांचित करावं.
तेव्हा किती मजा येईल?’

आणि खरंच..
दुसऱ्या दिवशी सकाळी
ते झाड उठलंच नाही.

आनंदानं सळसळलंच नाही,
त्याची फुलं फुललीच नाहीत,
वाऱ्यावर ती डोललीच नाहीत.

दुसऱ्या दिवशी संध्याकाळी
सूर्य मावळला,
दिवेलागण झाली,
अंधार गडद होऊ लागला.

सकाळी कामावर
गेलेली माणसं..
थकून-भागून
परत येऊ लागली.

इतक्यात

फुलांचा

घमघमाट सुटला.

थकलेल्यांचा थकवा पळाला!
दमलेली माणसे
ताजीतवानी झाली!
एकदम
रिचार्ज झाली!!

माणसं आनंदानं म्हणाली,
‘अरे व्वा!
आमची रातराणी बहरली वाटतं!’

झाडे डोलू लागली

फार फार
वर्षांपूर्वीची गोष्ट

त्या वेळी झाडं सतत उभी
राहून कंटाळली होती.
सारखं उभं राहण्यालाच
झाडं खूप वैतागली होती.

झाडांना वाटे.
बाकी सगळे, वाकतात, झुकतात,
लोळतात आणि खेळतात.
पण आपण असं किती वर्षं सतत
ताठच्या ताठ उभंच राहायचं?
वाऱ्याच्या दिशेनं फक्त
उभ्याउभ्याच आम्ही का
डोलायचं?

सगळ्या गोष्टी नेहमी
आम्ही वरतूनच का पाहायच्या?
ऊन-पावसाच्या सरी सगळ्यात
आधी आम्हीच का झेलायच्या?

भर दुपारी सारं जग
उन्हात भाजून निघत असताना
फक्त आम्हीच इतरांवर
सावली का धरायची?

पक्ष्यांनी आमच्याच
अंगाखांद्यावर घरटी
का बांधायची?
पक्ष्यांनी
आमच्याच पोटात
ढोली का करायची?

किड्यांनी आमच्याच
अंगावर दिवसरात्र का सरपटायचं?
जंगली प्राण्यांनी
आमच्यावरच नखं घासत,
आम्हालाच का ओरबडायचं?

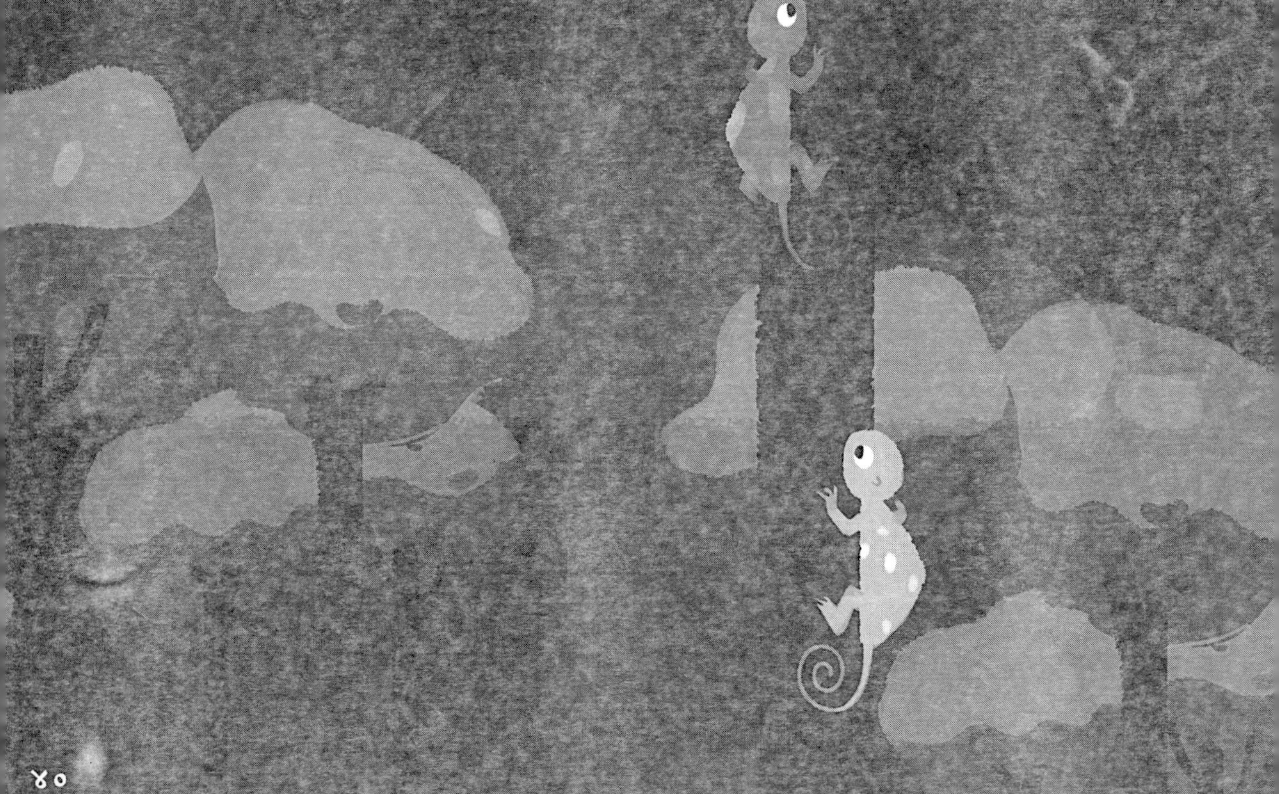

उभं राहून राहून
खरंच पाय दुखतात.
ओरबाडून घेताना
नेहमी साली गळून पडतात.

वारा अडवताना कधी कधी
फांद्या मोडून पडतात.
ऊन-पाऊस झेलताना
पानंही पिवळी पडतात.

आम्ही बसायचं
म्हणजे का उन्मळून
पडायचं?
आम्ही बसायचं
म्हणजे का
तुटून पडायचं?

आम्ही बसायचं म्हणजे
का पार मोडून जायचं?
नाही! कदापि नाही!

आम्हाला पण बसता
आलंच पाहिजे.
मातीत पाय पसरता
आलेच पाहिजेत.

फांद्या-मुळं ताणून मस्त आळस
देता आलाच पाहिजे.
फांद्यांना, पानांना मातीत झकास
लोळता आलंच पाहिजे.
आता फार झालं..
आम्ही आता बसणार म्हणजे..
बसणारच..!

आणि खरंच,
दुसरा दिवस उजाडताच..

झाडं मातीत आरामात
पाय पसरून बसली!
झाडांच्या फांद्या,
पानं मातीत लोळू लागली!!
झाडांना वाटलं, बरं झालं! छान झालं!
अगदी आपल्या मनासारखं झालं.
आता डोलायला नको. हलायला नको.
ऊन-पाऊस झेलायला नको.
पक्ष्यांची घरटी सांभाळायला नकोत.
फक्त वरतूनच गोष्टी
पाहायला नकोत.
आता आराम. आता निवांत.
आता सारं कसं शांत शांत.

पण..
झाडं बुटकी झाल्यानं,
मातीत पाय
पसरून बसल्यानं,
आता नवीनच गोष्टी
घडू लागल्या..

माणसं येता-जाता
झाडं तोडू लागली.
उगाचच झाडांना
तुडवू लागली

माणसं यायची..
झाडावरची कितीही
फळं तोडायची.

हवं तर खायची..
नाहीतर तिथेच फेकून द्यायची.

आता झाडांवर फळंच दिसेनात.

अर्धवट खाऊन
फेकून दिलेल्या
फळांचा, सालींचा, बियांचा..
झाडांच्या बाजूला
खच पडला.

कुणीही उगाचंच पानं-फुलं तोडत..
झाडाखाली फेकत.
जाता-येता बुटक्या झाडांना लाथाडत.

जंगलात वाघ, वाघीण,
हत्ती आणि हत्तीण
झाडावरच बसू लागली.

बुटकी झाडं
पार चेपली गेली.

जिराफ, काळवीट आणि घोडे
झाडावरच चढले.
बिचारी झाडं चेंगरली गेली.

मगर, मगरीण,
सुसर आणि सुसरीण
झाडावर लोळली.
बुटकी झाडं साफ
चिरडली गेली.

आता..
पक्ष्यांना झाडांवर
घरटीच बांधता येईनात.
झाडावर बसून
गाताच येईना.

पक्षी आकाशात
सैरावैरा उडू लागले.
पक्षी हवालदिल झाले.

पावसाचे ढग..
बुटक्या झाडांमुळे
थांबेनात.

पाऊस
काही येईना...

पाऊस न आल्यानं..
मजबूत दणकट फांद्यांचा कचरा झाला.
हिरव्यागार पानांचा पाचोळा झाला.

फांद्या मोडल्या. पानं गळाली.
झाडं रोड झाली. झाडं वठली.

सगळी झाडं सुकू लागली.

झाडांना वाईट वाटलं.
झाडांना जुन्या दिवसांची
स्वप्नं पडू लागली..

‘वाऱ्यासोबत डोलणारी झाडं.
सळसळणारी पानं.
फांद्यांवर गाणारे पक्षी.
खेळणारी पिल्लं

फुलांभोवती
भिरभिरणारी फुलपाखरं.
सावलीत विसावलेली
माणसं आणि गुरं.

शेंड्याशी रेंगाळणारे
धुक्याचे ओलसर ढग
पायाशी पसरलेला
आपल्याच
सावलीचा ढग.

आपली सुंदर
मधुर फळं,
आपली मोहक
सुवासिक फुलं...'

झाडं खोडातल्या
खोडात रडली.
त्यांची शिल्लक राहिलेली
पानंही ओली झाली!
झाडांना त्यांची
चूक कळली!

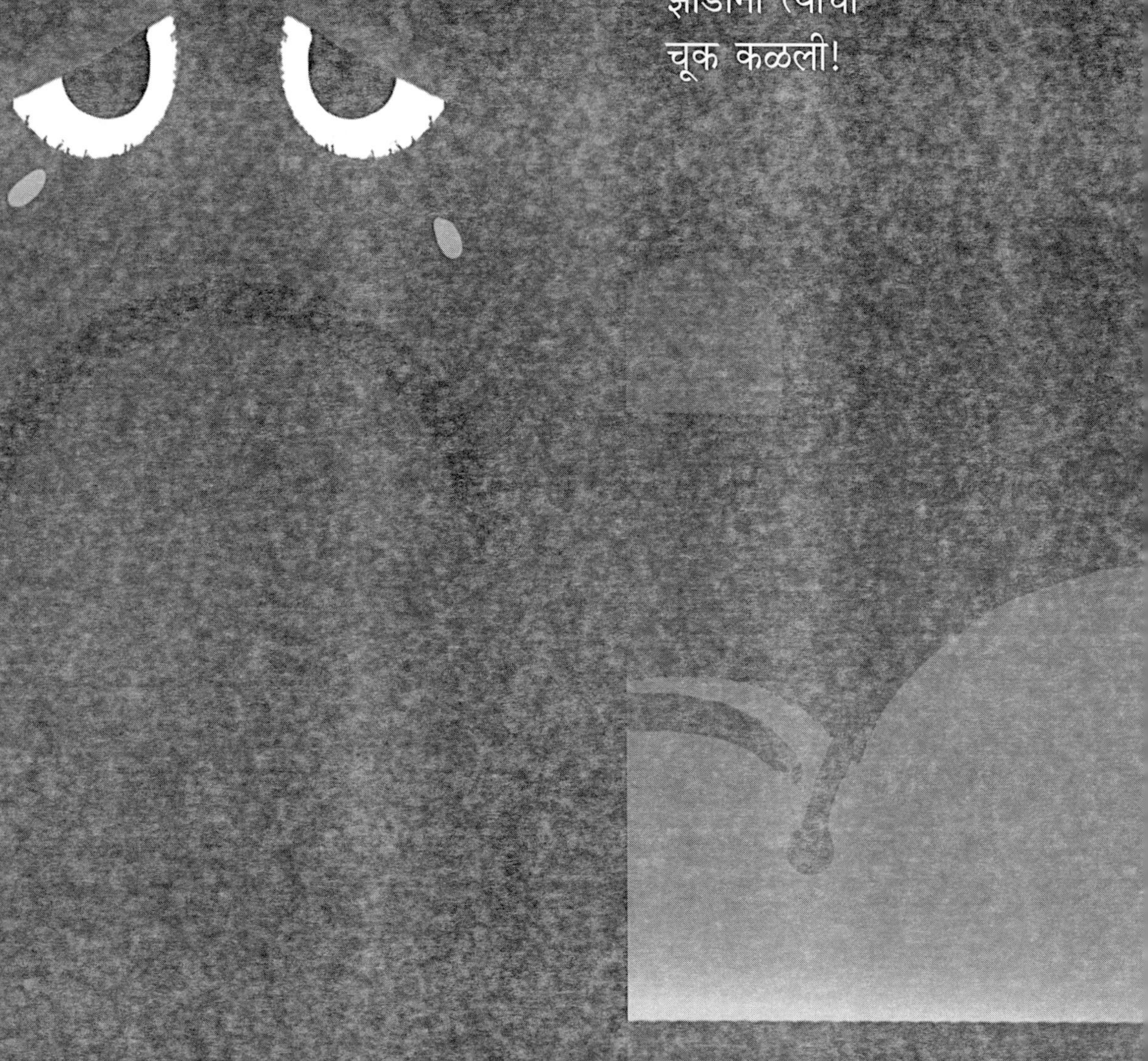

झाडांनी पुन्हा
विचार केला.. ..
आणि खरंच,
तेव्हापासून..

सगळी झाडं आनंदानं
उभी राहिली.
झाडं वाऱ्यासंगे
डोलू लागली.

झाडांची पानं
वाऱ्यासंगे
सळसळू लागली.
झाडं आनंदानं
पाऊस झेलू लागली.
झाडं प्रेमानं
फळं-फुलं देऊ लागली.

फुलांभोवती
फुलपाखरं आली.
झाडं किलबिलू
लागली.

झाडांवरती
पक्षी आले
झाडांवरती
प्राणी आले

झाडं ऊन
झेलू लागली.
झाडं वारा
खेळवू लागली.

झाडं ढग अडवू लागली.
झाडं सावली देऊ लागली.
झाडाखाली माणसं विसावली.
झाडाला दुवा देऊ लागली.

आता...
झाडावरच्याच
फुलांनी
सजलेली लहान मुलं...
सावलीत खेळताना
फळं खाऊ लागली!
तेव्हा झाडांना
मनापासून
आनंद झाला.

आता खरोखरच..
झाडं वाऱ्याशिवाय डोलू लागली.
फळा-फुलांनी बहरून गेली.
किलबिलाटानं मोहरून गेली.

गोलम गोल पाने

फार फार
वर्षांपूर्वीची गोष्ट आहे ही.
त्या वेळी सगळ्या झाडांची पानं
अगदी सारखीच होती.
सगळी पानं एकदम
गोलम गोल होती.

जंगलात जिकडे
बघावं तिकडे
गोलम गोल
पानांची सळसळ
आणि फडफड.

सगळ्या झाडांवर लहान लहान
गोल गोल पानं
तर काही झाडांवर
मोठी मोठी गोल गोल पानं
झाडांवरच्या वेलीसुद्धा गोल गोल
त्या वेलींची पानंसुद्धा
गोल गोल गोल

झाडाखालचं गवत लहान लहान गोल
मैदानातलं गवत मात्र मोठं मोठं गोल
पण, काही झाडं डुलणारी.
काही झाडं सळसळणारी.

काही झाडं लठ्ठ होती.
काही झाडं रोड होती.
काही झाडं जरा उंच होती.
काही झाडं जरा बुटकी होती.
काही झाडं फारच लहान होती.
काही झाडं उंचच उंच होती.

काही झाडं एकदम सरळसोट.
काही झाडं विचित्र वेडीवाकडी.
झाडांना वाटे..
आपले आकार वेगवगेळे.
आपले आकार निरनिराळे. पण,
आपल्या पानांचा मात्र एकच एक आकार!
का बरं असं..?

आपल्याप्रमाणे पानांचे पण वेगवेगळे आकार हवेत.
आपल्याप्रमाणे पानांचे पण वेगवेगळे प्रकार हवेत.
प्रत्येक झाडावरची पानंसुद्धा वेगवेगळी हवीत.
प्रत्येक वेलीवरची पानंसुद्धा वेगवगेळी हवीत.
प्रत्येक रंगीत पानाची रंगत वेगळी हवी.
प्रत्येक पानाची स्टाइल वेगळी हवी.
आणि खरंच,
दुसऱ्या दिवशी..
गायी म्हशी आल्या..
ढकलाढकली करत..
गोल गवत चराचरा चरू लागल्या.
शेळ्या-बकऱ्या आल्या..
झाडावरती दोन पाय ठेवून,
जवळची पानं बचाबचा
ओरबाडू लागल्या.

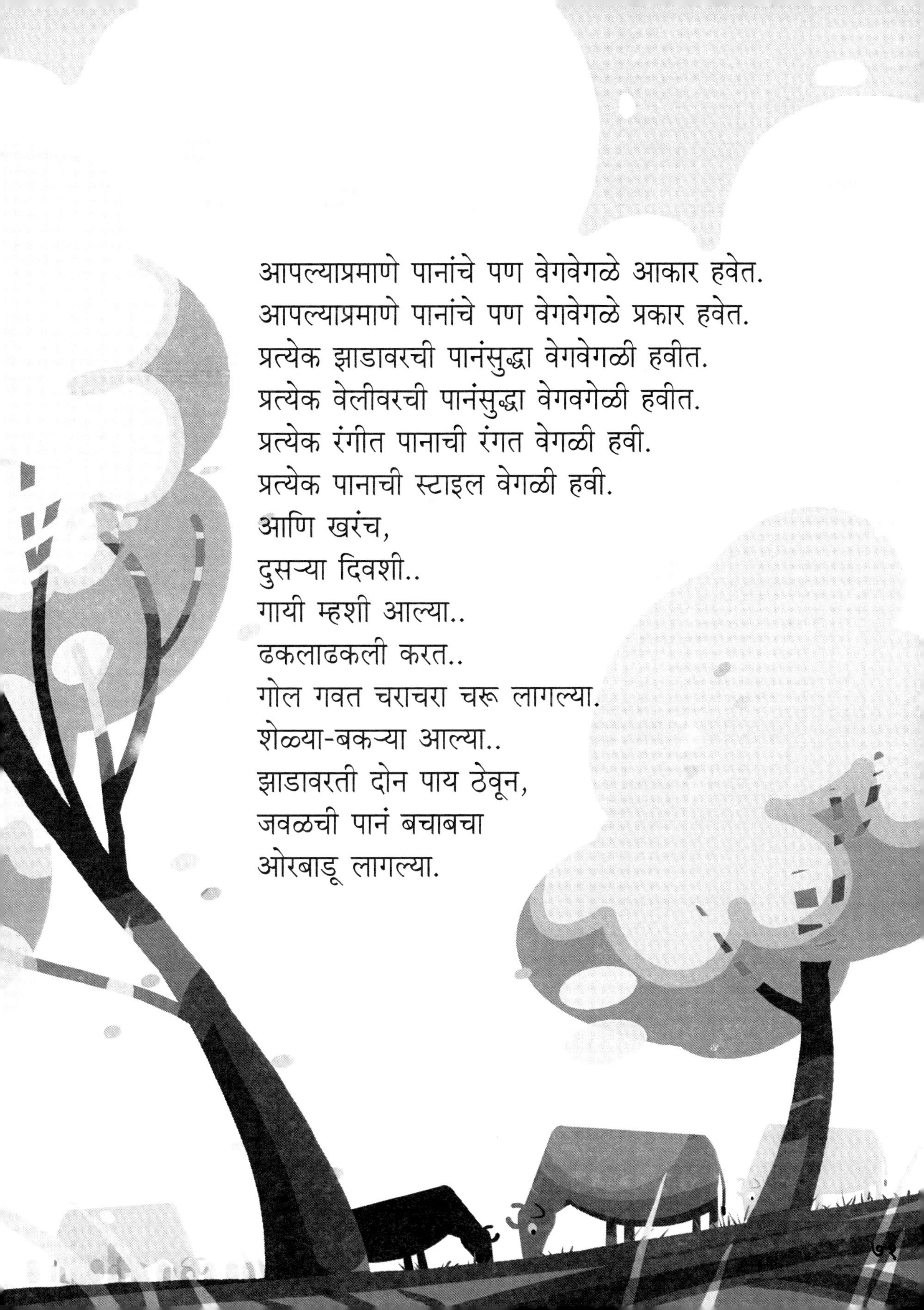

जिराफ आले..
उंचावरची कोवळी पानं
खुडून खुडून
चघळू लागले.

हत्तींचे कळप आले..
झाडावरची पानं,
मैदानातलं गवत
मन मानेल तसं
रपारप उपटू लागले.

माकडांच्या टोळ्या आल्या..
झाडावरची, वेलीवरची पानं
कचाकचा तोडत
आरडाओरड करू लागल्या.

पक्ष्यांचे थवे आले..
घरटं बांधण्यासाठी चोचीने
पानं, गवत..
टुकूटुकू खुडू लागले.

छोटे-मोठे रंगीबेरंगी किडे आले..
मचामचा पानं खाऊ लागले.
कुटूर कुटूर कुरतडू लागले.

कुणी पानं अर्धवट खाई,
तर कुणी मधलं मधलं गवतच तोडी.
कुणी चोचीनं पानं कातरी तर कुणी भराभरा पानं ओरबाडी.
कुणी नखानं पानं चिरी तर कुणी पंजानं पानं खुडी.
कुणी टोकाचं पान अर्धवटच खाई,
तर कुणी उगाचच मधेमधे पानं फाडी.

आणि त्यामुळे..

काही पानं सरळ
तर काही पानं लांबुडकी झाली.
काही पानं टोकेरी
तर काही पानं पसरट झाली.
काही पानं कातरलेली
तर काही पानं नक्षीदार झाली.
काही पानं विचित्र
तर काही पानं चित्रविचित्र झाली.
काही पानं उभी झाली
तर काही पानं लोंबकळू लागली.

काही पानं अगदी एकसंध राहिली
तर काही पानं पार फाटून गेली.
पण ज्या पानांकडे कुणाचंच लक्ष गेलं नाही
ती पानं मात्र गोलम गोलच राहिली.

तेव्हापासून..
सगळ्या पानांचे आकार वेगवेगळे झाले.
प्रत्येक झाडाची पानंसुद्धा वेगवेगळी झाली.

झाडं आनंदानं फुलली.
पानं मजेत सळसळली.

फुलपाखरे

फार फार वर्षांपूर्वीची
गोष्ट आहे ही.

त्या वेळी फुलपाखरे
फक्त एकरंगी होती.

म्हणजे गर्द हिरवी,
निळीशार, पिवळीधमक,
लालचुटुक, सोनेरी किंवा चंदेरी.
त्यांच्या पंखावर रंगीबेरंगी ठिपके नसत
किंवा रंगीबेरंगी रेषा पण नसत.

फुलपाखरे उडायची.
फुलांवर बागडायची.
बागेत भिरभिरायची.
सगळीकडे
ऊड ऊड करायची.
पण एका जागी कधी
स्थिर नसायची.

ती फुलांवर नाही बसायची.
पानांवर नाही बसायची.
झाडांवर नाही बसायची.
गवतांवर नाही बसायची.

ती दिवसभर ऊड ऊड करायची.
रात्री काळोखात लपून बसायची.
दिवसभर ऊड ऊड करून बिचारी
फुलपाखरं दमून जायची.
पार थकून जायची.
फुलांवर बसलं तर..
कुणीतरी येऊन पकडणार
पानांवर बसलं तर..
कुणीतरी येऊन खाणार.

गवतावर बसलं तर..
कुणीतरी येऊन मटकवणार.
झाडावर बसलं तर..
कुणीतरी झडप घालणार.
फुलपाखरांना कळेना आता करावे काय?
फुलपाखरे विचार करू लागली..

आपणच का सारखे हलवायचे पंख?
उडायचं भुरभुर आणि जायचं दूरदूर?
आपणच का असे एकरंगी?

आपणच असे एकरंगी असल्याने..
आपल्याला फुलांच्या ताटव्यात
दडता येत नाही.
इवल्या इवल्या गवतफुलात
मिसळता येत नाही.
पानांमागे लपता येत नाही.

झाडावर शांतपणे टेकता येत नाही
फुलपाखरे सतत विचार करू लागली.
कधी सुटेल आपल्या
एकरंगी असण्याचं कोडं?

आणि अचानक एके दिवशी ते रंगीत कोडं सुटलं..
फुलपाखरं सारखी ऊड ऊड करायची.
त्यामुळे ती रंग पाहायलाच विसरायची.
आता फुलपाखरं रंग पाहू लागली.

रंगांच्या जवळ जाऊ लागली.
रंगांभोवती घोटाळू लागली.
रंगांना हलकेच
स्पर्श करू लागली.

आकाशाचे रंग. ढगांचे रंग.
मातीचे रंग. फुलांचे रंग.
पानांचे रंग. फळांचे रंग.

झाडांचे रंग. वेलींचे रंग.
गवतांचे रंग. किड्यांचे रंग.
माशांचे रंग. घरट्यांचे रंग.

प्राण्यांचे रंग.
पक्ष्यांचे रंग.

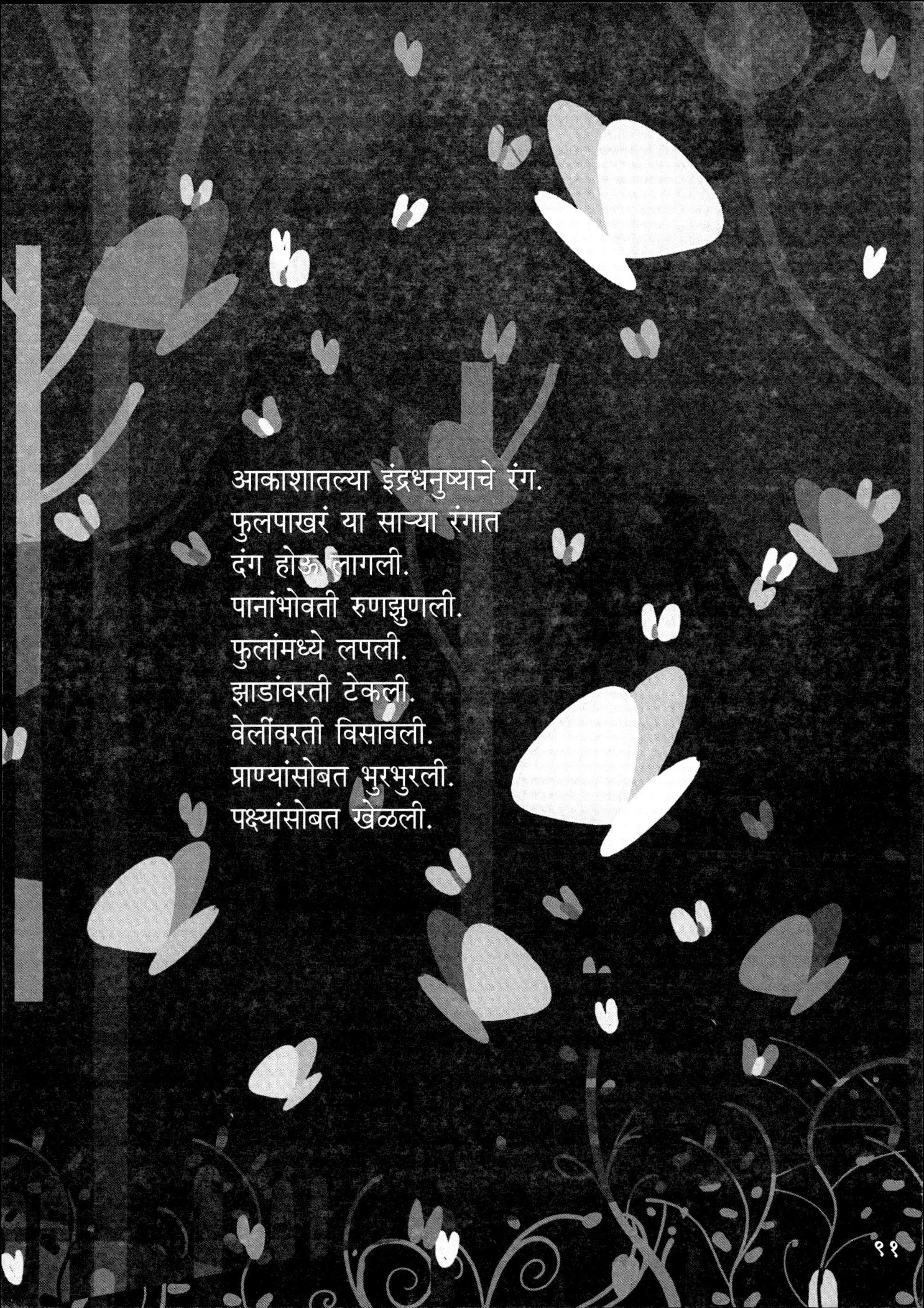

आकाशातल्या इंद्रधनुष्याचे रंग.
फुलपाखरं या साऱ्या रंगात
दंग होऊ लागली.
पानांभोवती रुणझुणली.
फुलांमध्ये लपली.
झाडांवरती टेकली.
वेलींवरती विसावली.
प्राण्यांसोबत भुरभुरली.
पक्ष्यांसोबत खेळली.

आकाशच्या जवळ गेली. ढगांवर बसली.
आणि..
इंद्रधनुष्यावरून घसरत घसरत पुन्हा इथे आली.

दुसऱ्या दिवशी पहाटे ढगातून रंगीबेरंगी दव पडलं..
फक्त.. फुलपाखरांच्या पंखांवर.
झाडांतून, पानांतून रंगांची बरसात झाली..
फक्त.. फुलपाखरांच्या पंखांवर.
फुलांतून रंगांचा वर्षाव झाला..
फक्त.. फुलपाखरांच्या पंखांवर.
पानांचे, फुलांचे, झाडांचे, वेलींचे, प्राण्यांचे, पक्ष्यांचे,
आकाशाचे, ढगांचे आणि इंद्रधनुष्याचे सारेच रंग पसरले
फुलपाखरांच्या पंखांवर!

तेव्हापासून..
सगळी फुलपाखरे रंगीबेरंगी झाली.
त्यांच्या पंखांवर पानांचे, फुलांचे, फळांचे
इवले इवले ठिपके आले.

वेलींच्या रेषा उमटल्या.
त्यांच्या पंखांवर रंगीबेरंगी
इंद्रधनुष्यं फुलली.

आता उडता उडता
फुलपाखरं फुलांवर बसू लागली.
फुलांमध्ये मिसळून गेली.